இருளில்லா ஓர் இரவில் - அத்தியாயம் 1

ஸ்ரீநாத் சேகர்

Copyright © Srinath Sekar
All Rights Reserved.

This book has been published with all efforts taken to make the material error-free after the consent of the author. However, the author and the publisher do not assume and hereby disclaim any liability to any party for any loss, damage, or disruption caused by errors or omissions, whether such errors or omissions result from negligence, accident, or any other cause.

While every effort has been made to avoid any mistake or omission, this publication is being sold on the condition and understanding that neither the author nor the publishers or printers would be liable in any manner to any person by reason of any mistake or omission in this publication or for any action taken or omitted to be taken or advice rendered or accepted on the basis of this work. For any defect in printing or binding the publishers will be liable only to replace the defective copy by another copy of this work then available.

என்னுள் எழுந்த எண்ணங்களை எழுத்தாய் எழுது என எத்தனித்த என் எண்ணத்திற்கு இப்புத்தகம் சமர்ப்பணம்!

பொருளடக்கம்

முன்னுரை	vii
1. யார் நீ	1
2. செங்குருதி	7
3. மழையில் மெல்லிசை	10
4. துளைக்கும் புது கேள்விகள்	14
5. ஏன்?	20
6. தொலைத்தது என்ன?	24
7. பயணம் தொடர்கிறது	28
8. சரி என்றால் தவறில்லை	34
9. அன்பரசன்	39

• v •

முன்னுரை

இது ஒரு துப்பறியும் கதையாக இருக்கலாம் அல்லது ஒரு நபரின் வாழ்க்கை முறையாக இருக்கலாம், முடிவு உங்களி-டத்தில். இந்த கதை ஏழு அத்தியாயங்கள் (ஏழு பாகங்கள்) கொண்டிருக்கும். இப்புத்தகம் அவற்றில் முதல் அத்தியா-யம் ஆகும். இக்கதை முற்றிலும் எனது கற்பனையே!, எந்த நபரின் வாழ்க்கை முறையினையும் தழுவி எழுதியதன்று.

இப்படிக்கு,
ஸ்ரீநாத் சேகர் .

1

யார் நீ

சயரன் சத்தம் காதினை கிழிக்க நெடுஞ்சாலை மீது அந்த ஆம்புலன்ஸ் பறந்து கொண்டிருந்தது.

"இன்னைக்கு எவன்யா?"

"தெரியல்லண்ணே.. மூஞ்சி அடையாளமே தெரியலயாம்.. நல்லா செதச்சு வச்சுருக்கானுங்க போல" பீடியை பற்ற வைத்தவாறே டிரைவரை பார்த்து பேசினான் ராயப்பன்.

அவன் தலையில் ஓங்கி அடித்து, " நாயே எத்தன தடவ சொல்லிருக்கேன், ஆம்புலன்ஸ்-ல பீடி பிடிக்காதனு, அந்த டாக்டர் அம்மா கண்டபடி கேள்வி கேக்குது. சொல்ல சொல்ல என்னடா இழுத்துட்டு இருக்க,குடுடா இங்க " என அந்த பீடியை அவன் வாயிலிருந்து பிடிங்கி எறிந்தான் டிரைவர் பாண்டியன். ஆம்புலன்ஸ் வேகமாய் பறக்க சாலையில் விழுந்த அந்த பீடி இன்னும் புகைந்து கொண்டிருக்க, 'சர்ர்' என ஒரு கார் அதன்மீது ஏறி அந்த நெடுஞ்சாலையில் பாய்ந்தது. உள்ளே ..

"சார், அவன் யாருன்னு இன்னும் தெரியல இது பதிமூனாவது மர்டர், நமக்கு இன்னும் ஒரு க்ளூ கூட கிடைக்கல நீங்க எப்படி சார் இவ்ளோ சர்வசாதாரணமா இருக்கீங்க?" இன்ஸ்பெக்டர் அனிருத்தனை குழப்பத்-

துடன் கேட்டார் அந்த புது சப் இன்ஸ்பெக்டர் ஜெயந்திரன்.

ஆனால் அதை அனிருத்தன் சட்டை செய்யவே இல்லை. வெளியே வேடிக்கை பார்த்தவாறே வந்தார்.

பலத்த மூச்சுடன் "இன்னும் எவ்ளோ தூரம்" ட்ரைவரை கேட்டார் ஜெயந்திரன்.

"இதோ 15 நிமிஷத்துல போயிரலாம் சார்"

"சீக்கிரம் போங்க"

சரி என்பதை பதிலாய் தெரிவிக்க ஆக்ஸிலேட்டரை அவர் அழுத்த வண்டி இன்னும் வேகம் எடுத்தது. 15 நிமிடத்தில் வண்டி நெடுஞ்சாலை ஓரமாய் வளர்ந்து நின்ற புற்களின் நடுவே இருந்த பாழடைந்த பேக்டரி அருகே நின்றது.

அனிருத்தனும், ஜெயந்திரனும் வண்டியில் இருந்து இறங்கி அந்த பேக்டரியை நோக்கி நடந்தனர். சுற்றிலும் வளர்ந்து நிற்கும் புற்கள் மாலை நேர இருள், 'ஊஊ' என ஊளையிடும் காற்று, மேலும் அவர்களின் பூட்ஸில் சிக்கிய காய்ந்த புற்கள் ,'சரக் சரக்' என சத்தத்தை எழுப்பி ஒரு வித திகிலை உருவாக்கி கொண்டிருந்தன. அவர்கள் பேக்டரியின் கருப்படித்த சுற்று சுவரை நெருங்கினர். சுவரெங்கும் காதல் கிருக்கர்களின் கிருக்கல்களும் அம்புகளும் நிறைந்திருந்தன. எப்பொழுது வேண்டுமானாலும் இடிந்து விழுந்துவிடும் என்ற நிலையில் இருந்த அந்த மேற்கூரை சப் இன்ஸ்பெக்டரை ஒரு நொடி திகில் அடையச்செய்தது. இவர்கள் உள்ளே நுழையும் காலடி சத்தம் கேட்டு ஜெபராஜ் ஓடி வந்து சல்யூட் அடித்து பேச ஆரம்பித்தார்.

"சார் இப்பதான் போரென்சிக் டிபார்ட்மெண்ட் வந்திருக்காங்க, ஆள் யாருன்னு தெரியல.. நோ எவிட்டன்ஸ், பேஸ்அ நல்லா ஸ்மாஷ் பண்ணிருக்காங்க, சோ ஐடென்டிபய் பண்ண முடியல.. "

இவை எவையுமே அனிருத்தனின் காதில் விழவில்லை, தெரிந்த விஷயங்கள், பன்னிரண்டு கொலைகளில் பொதுவாக இவை அமைந்தமையால் அவருக்கு பழகிய விஷயங்கள் ஆகையால் அவற்றை கேக்காமல் அவர் அங்கு இறந்த கிடந்த சடலத்தை நோக்கி நடந்து கொண்டே இருந்தார். அங்கே அந்த உடல் வெள்ளை துணியால் மூடப்பட்டிருந்தது. சுற்றிலும் சாக் பீஸ் கோடுகள். அழுகிய பிணம் நாற்றம் பலமாக அங்கே வீசியது. அனிருத்தன் கைகளை நீட்ட அவருக்கு க்ளோவ்ஸ் வழங்கப்பட்டது. அதனை மாட்டிக்கொண்டு அந்த வெள்ளை துணியை விளக்கினார். கூர் கூராக சதைகள் முகம் எங்கிலும் நீட்டிக்கொண்டிருந்தது. பலமாக முகத்தில் அடித்திருக்க வேண்டும் அதனால் சதைகள் வெளியே பிதுங்கி இருக்க வேண்டும். நேரம் ஆக ஆக ரத்தம் உறைந்து இது போல் கூர் கூராக மாறிருக்க வேண்டும். பற்கள் ஒவ்வொன்றும் சிதைக்க பட்டிருக்கின்றன இல்லை கண்மூடி தனமாய் உடைக்க பட்டிருக்கின்றன. முகத்தில் கண்களும் இல்லை மூக்கும் இல்லை. என்ன அது தரையில் தலையின் அருகே வெண்ணிறமாய். கண்ணின் வெள்ளையாய் இருக்க வேண்டும். உடம்பில் துணி துளியும் இல்லை.நிர்வாண உடல். நெஞ்சில் பெரிய வெட்டு. உயிருடன் நெஞ்சை கிழித்திருக்க வேண்டும். தரை எங்கிலும் ரத்தத்தின் நிறம். நிச்சயம் இவன் அலறியது இந்த பேக்டரி முழுதும் பயங்கரமாய் கேட்டிருக்கும். இவனின் கூச்சல் அனிருத்தனின் காதில் விழுந்தது. மூச்சினை இழுத்து விட்டவாறு அனிருத்தன் ஜெபராஜினை நிமிர்ந்து பார்த்தார்.

"சார், இங்க சரக்கடிக்க ஒதுங்குனப்ப பாடிய பாத்ததா கம்ப்லைன்ட் வந்திருக்கு சார் அவங்கள ஸ்டேஷன்கு அனுப்பிருக்கேன் அண்ட் போஸ்டமாடம்கு பாடிய அனுப்பனும், டீடெயில்ஸ் கெடச்சதும் உங்களுக்கு ஷேர் பண்றேன்" ஜெபராஜ் மரியாதை கலந்த குறலுடன் சொன்னார்.

வெள்ளை துணி அந்த உடம்பை மீண்டும் தழுவியது. அனிருத்தன் மெல்ல எழுந்து வாசல் நோக்கி நடந்தார். தனது காக்கி பாண்டிற்குள் கையினை விட்டு சிகரட்டை எடுத்து பற்ற வைத்தார். புகை மெல்ல கரைந்தது காற்றில். அந்த ஆறடி மனிதர், 32 வயது மிக்க அந்த ஆசாமி, இதுபோல் தனது வாழ்க்கையில் புகைத்தது இல்லை. ஆனால் கடந்த மூன்று மாதங்களாக தொடர்ச்சியாக இந்த கொலைகள், ஒன்றோ

இரண்டோ அல்ல, இதனுடன் சேர்த்து, பதிமூன்று கொலைகள். வேலைக்கு சேர்ந்த முதல் நாள் முதல் சேர்த்து வைத்த தனது மரியாதையை சரிக்கும் தொடர் கொலைகள். மேலிடத்தில் இருந்து பாயும் கேள்விகள். பதில் கிடைப்பது எப்பொழுது?.

புகையை இழுத்து விட்டார். கோபத்தில் அவர் பற்களை கடிப்பது வெளியே கேட்கவில்லை. சுற்றிலும் உள்ள திறந்த வெளியை பார்க்க பார்க்க அவர் அடிமனதில் ஓர் குழப்பம். ஆள்நடமாட்டமே இல்லாத இடம். இங்கே ஏன் அவன் கொலை செய்ய வேண்டும். அனிருத்தனின் மனம் அந்த கேள்வியை சுற்றி வந்து கொண்டே இருந்தது. கடந்த பன்னிரண்டு கொலைகளும் கூட்டம் நிறைந்த அப்பார்ட்மென்ட்களிலும், பொது இடங்களிலும் நடந்த பொழுது, இந்த கொலை மட்டும் இப்படி ஓர் இடத்தில் நடப்பது ஏன்? தனக்குள்ளே மீண்டும் மீண்டும் கேட்டுக்கொண்டார்.

இருள் மெல்ல சூழ தொடங்கியது. பூச்சிகளின் ரீங்காரம் சுற்றிலும் காற்றில் பரவியது. புகைத்த சிகரட் துண்டினை கீழே எரிந்து காலால் மிதிக்க அவர் தனது காலினை தூக்கும் பொழுது ஓர் காகிதம் கல்லுடன் அவர் நெற்றியின் மீது பலமாய் விழுந்தது.

"வாட் த பஃக்" நெற்றியினை பிடித்துக்கொண்டு அலறிய படி நிமிர்ந்தார் அனிருத்தன். தூரத்தில் நெடுஞ்சாலையின் ஓரமாய், முண்டாசு பனியன் அணிந்த சிறுவன் நின்று புன்னகைத்தான்.

"டேய் !!" என அனிருத்தன் கத்த பயத்தில் அந்த சிறுவன் ஓட முயல. 'சடார்ர்' என ஒரு கார் அவனை மோதி காற்றில் தூக்கி எறிந்தது. அனிருத்தனின் கண்கள் அதிர்ச்சியில் விரிந்தன.

"ஜெயந்திரா. உள்ள இருக்குற ஆம்புலன்ஸ்-அ வர சொல்லு" என வேகமாய் நெடுஞ்சாலையை நோக்கி ஓடினார்.

உள்ளே இருந்து அந்த இருளில் ஜெயந்திரனும் ஜெபராஜும் வேகமாய் ஓடி வந்தனர். அங்கே நெடுஞ்சாலையில் இப்போது சிறு கூட்டம் கூடி

விட்டது. சுற்றிலும் வாகனங்களின் விளக்கின் வெளிச்சம் . ரத்த வெள்ளத்தில் அந்த சிறுவன் துடித்துக் கொண்டிருந்தான்.

" டேய்.. சீக்கிரம் வாங்க டா" ஆம்புலன்ஸ் 'வீண் வீண்' எனும் சத்தத்துடன் அங்கே வந்து நின்றது. சிறுவன் அதனுள் ஏற்றப்பட்டான். முற்றிலும் மயங்கி விட்டான்.

அந்த ரத்த வெள்ளத்தில் அவன் கைகள் அந்த பேக்டரி இருக்கும் திசையை அனிருத்தனிற்கு காட்டியது போல் அவனுக்கு தோன்றியது.

"ஜெயந்திரா.. நீ இந்த பையன் கூட போ" என கட்டளையிட்டார் அனிருத்தன்.

"ஓகே சார் " என்று வண்டியில் ஏறி கொண்டான் ஜெயந்திரன்.

கதவுகள் அடைக்கப்பட்டன.

ஆம்புலன்ஸ் அலறிக்கொண்டே பாய்ந்தது. அங்கு கூடியிருந்த கூட்டம் ஜெபராஜால் சரி செய்யப்பட்டது. ஒரு சிகரட்டினை பற்றவைத்து அனிருத்தன் அங்கிருந்து மெல்ல நகர்ந்தார்.

அந்த சிறுவனின் சிரிப்பு,திடீர் பயம் எல்லாம் அவரை மனதை ஏதோ செய்துகொண்டிருந்தன. அவன் மூளைக்குள் மற்றொரு கேள்வி புதிதாய் சுற்றிவந்தன. மணி நேரங்கள் கடந்தது தெரியவில்லை. இருள் சூழ்ந்திருக்க அவன் மீண்டும் பேக்டரியை நோக்கி நடந்தான். அவன் நெஞ்சில் ஒரு வித பாரம். ஓர் வித மயான தோற்றம். தனது வண்டியின் அருகே தனது மொபைலில் லைட்டினை அடித்தாவாறு சென்றான். வண்டியின் கதவினை அவன் திறக்க தூரத்தில் அந்த காகிதம் காற்றில் படபடத்தது. ஆம் சிறுவன் எறிந்த அதே காகிதம்.

கதவினை தள்ளிவிட்டு அனிருத்தன் அதை நோக்கி நடந்தான். கசக்கப்பட்ட அந்த காகிதத்தை கையில் எடுக்க அவரின் மொபைலில் ஓர் அழைப்பு.

'ஜெயந்திரன் காலிங்'

பச்சை நிறத்தை மேலிழுக்க, மறுமுனையில் ஜெயந்திரன் " சார் பையன் செத்துட்டான் சார் ... செம அடி.." என தொடர்ந்து பேசினார். ஆனால் அனிருத்தனின் காதுகளில் அவன் பேசும் வார்த்தைகள் விழ-வில்லை. அழைப்பில் பேசிக்கொண்டிருந்த ஜெயந்திரன் சில நொடியில்' ஹெலோ.. ஹெலோ..கேக்குதா சார்' னு கத்திகொண்டே இருக்க ..அந்த இருளில் தனது மொபைல் டார்ச்சினை கையில் இருந்த பேப்பரின் மீது அடித்தார்.

காகிதத்தில் எழுதிருப்பதை படித்தவரின் கண்கள் குழப்பதாலும் திகிலா-லும் விரிந்தன. கடந்த ஒரு மணி நேரமாக தனது மனதில் அந்த சிறு-வனை நினைத்து ஓடிக்கொண்டிருந்த அதே கேள்வி அந்த காகிதத்தில். சிறிதும் மாறாமல். கிருக்கல்களுடன்.

அனிருத்தன் அந்த வார்த்தைகளை படித்தார்.

"யார் நீ?"

2
செங்குருதி

கசங்கிய காகிதத்தில் எழுதியிருந்த அந்த வார்த்தைகளை பார்க்க பார்க்க அனிருத்தன் தனது மூளையினை மேலும் கசக்க நேர்ந்தது. யார் அவன்? எதற்கு இங்கே வந்தான்? கேள்விகளுக்கு பஞ்சமே இல்லாதது போல் கேள்விகள் ஒரே இரவில் குவிந்து கொண்டே இருந்தன.

கையில் இருந்த செல்போனில் ஜெயந்திரனின் குரல் இன்னும் கேட்டுக்-கொண்டே இருந்தது.

"ஹெலோ.. ஹெலோ..சார் .. டவர் ஏதும் கட் ஆயிருச்சா? ஹெலோ சார்"

"ம்ம்.. ஜெயந்திரா லைன் ல தான் இருக்கேன்"

"நீ அந்த பையன் போட்டோவை காட்டி யார் என்னனு விசாரிச்சு இம்-மீடியட்-ஆ என்கிட்ட சொல்லு"

"சுயர் சார்" அழைப்பு துண்டிக்கப்பட்டது..

அனிருத்தன் தனது காரினை நோக்கி நடந்தான். தூரத்தில் ஜெபராஜ் டார்ச்சினை அடித்தாவாறு நடந்து வந்தார். அனிருத்தன் காரில் ஏறவும் ஜெபராஜ் காரின் அருகில் வரவும் சரியாக இருந்தது. காரின் அருகில்

வந்த ஜெபராஜ்,

"சார்.. ஆம்புலன்ஸ் வந்துட்டு இருக்கு. பாடிய ஏத்திட்டு, எல்லாம் பார்மாலிட்டிஸ் முடிச்சு ரிப்போர்ட் நாளைக்கு உங்க டேபில்ல சப்மிட் பண்ணிருறேன் சார்"

"ம்ம்.. நீ வண்டிய வீட்டுக்கு விடு" என்று டிரைவருக்கு கட்டளையிட மெல்ல வண்டி அந்த புல்வெளியினை விட்டு விலகி நெடுஞ்சாலையில் இருட்டினை கிழித்து பறக்க ஆரம்பித்தது. அன்று வானம் இருண்டு மேகங்களின் நடுவே மின்னல் வெட்டிக்கொண்டிருந்தது. சில்லென்று காற்று முகத்தில் மோத இடைஇடையே சாரல் முகத்தில் விழுக ஓர் வித இதமான சூழ்நிலையை பரப்பியது.ஆனால் அதை அனுபவிக்கும் நிலையில் அனிருத்தன் இல்லை. பழைய அனிருத்தனாய் இருந்தால் அனுபவித்திருப்பானோ என்னவோ!.

கார் வேகமெடுத்து பறக்க ஆரம்பித்தது. டாஷ்போர்டு மீது வைத்திருந்த செல்போனில் ஓர் வெளிச்சம். 'அப்பா காலிங்', அனிருத்தன் அதை எடுக்கவில்லை எடுக்கவும் மனம் வரவில்லை. திரை மின்னி அடங்கியது. நொடிபிகேஷன் லைட் மட்டும் மின்னி கொண்டே இருந்ததை பார்த்து மனம் இல்லாமல் கையில் எடுத்தான். கடவுச்சொல்லை தட்ட திரையில், 'அப்பா 2 மிஸ்டு கால்' மேலும் ஓர் குறுஞ்செய்தி அப்பாவிடம் இருந்து,

'அர்ஜூன் இஸ் இன் ஹோம் நௌ'

மழை பொழியத்தொடங்கியது. காரின் வைப்பர் கண்ணாடியில் கொட்டும் மழை நீருடன் நடனமாடியது,அழகாய்!.

"அனி.. செமையா இருக்குடா க்ளைமேட், வண்டிய நிப்பாட்டு, கொஞ்சம் நனைஞ்சுக்கலாம்" பின் சீட்டில் இருந்து அஞ்சலியின் குரல்.

அதிர்ச்சியுடன் திரும்பினான் அனிருத்தன். குட்டி குழந்தை போல சிணுங்கல்களுடன்,

"ப்லீஸ்..ப்லீஸ்..நிப்பாட்டுடா.. ஒரு 5 மினிட்ஸ் தான் டக்குனு நனைஞ்-சுட்டு டக்குனு வந்திருவேன்" .

இவள் எப்படி இங்கே ? என குழம்பினான்.

"நிறுத்த சொல்லுடா" குழந்தையாகவே மாறிவிட்டாள். முடியாது என்பது போல் கண்களை உருட்டி மெரட்டினான்.

"அப்ப முடியாது?"

ஆம் என்பது போல் தலை அசைத்தான். அவள் பின் சீட்டில் இருந்து பாய்ந்து இவன் கன்னத்தை கவ்வி முத்தமிட்டாள். இவன் அவளை தள்ளிவிட,

"சார்.. ஒன்னு சொன்ன கோச்சுக்க மாட்டீங்களே" டிரைவர் மரியாதை கலந்த புன்னகையுடன் அனிருத்தனை பார்த்து கேட்க, என்ன ? என்-பதுபோல் அனிருத்தன் அவரை பார்த்தான்.

" இந்த மாதிரி க்ளைமேட்ல லவ் பண்ற பொண்ணோட கார் ல இருட்-டுல போன ஜாலியா இருக்கும், ஆனா நம்ம கொல கொள்ள கேஸ்னு அழஞ்சுட்டு இருக்கோம். பாத்தீங்களா?!"

ஆம் என்பது போல் தலை அசைத்து பின்னே திரும்பினான். அஞ்சலி அங்கே இல்லை. அவள் முத்தமிட்ட கன்னத்தை தடவி கையினை பார்த்து அதிர்ந்தான்.

கைகள் முழுக்க சிவப்பாய் சொட்டியது அவள் ரத்தம் !!

3

மழையில் மெல்லிசை

கார் அனிருத்தனின் வீட்டின் வாசலில் நிறுத்தப்பட்டது. கொட்டும் மழை அவன் இறங்கியதும் முழுதாய் அவனை நனைத்து விட்டது. சற்றும் எதிர்பாராத குளியல்.

"காலைல ஒரு எட்டு மணிக்குலாம் வந்துரு"இடி பெரிதாக இடிக்க அவன் குரல் மெல்லியதாக கேட்டது.

"ஓகே சார்" உள்ளே இருந்து டிரைவர் கத்தினான். வண்டி அங்கே இருந்து மெல்ல நகர்ந்தது. அனிருத்தன் வேகமாக வீட்டின் கதவினை தட்டினான், கதவு பூட்டப்படவில்லை!. அவன் கை பட்டதுமே 'கையிங்' எனும் ஓசையுடன் கதவு மெல்ல திறந்தது. வீடெங்கும் இருள் சூழ்ந்திருந்தது. கரண்ட் இல்லை போல. திடீரென தோன்றிய அந்த மின்னல் வெளிச்சம் ஓர் நொடியில் வீட்டின் நிலையினை அவனுக்கு விளக்கியது. வீடெங்கும் பொருட்கள் சிதறி கிடந்தன. அவன் மெல்ல வீட்டிற்குள் காலடி எடுத்து வைத்தான். தூரத்தில் எங்கோ இடி இடிக்க இவன் மனதில் ஓர் திகில் உணர்வு குடி கொண்டது. அர்ஜூன் என்னவானன்? வீட்டில் விட்டுவிட்டதாக அப்பா மெசேஜ் பண்ணிருந்தாரே! எங்கே அவன் ?.

சுற்றிலும் இருட்டு. இடைஇடையே மின்னலின் வெளிச்சம், கொட்டும் மழையோசை என வீடே ஓர் வித அமானுஷிய தோற்றத்தில் இருந்தது.

காக்கி பாண்டிற்குள் கையினை விட்டு தனது செல்போனை வெளியே எடுத்தான். டார்ச்சினை ஆன் செய்ய சார்ஜ் இல்லாமல் அது

சுவிட்ச் ஆப் ஆனது. விரக்தியில் சோபா மீது செல்போனை எறிந்தான். என்ன இது? ஏன் இன்று ஓர் நாளில் இத்தனை சோதனைகள் என அனிருத்தன் தனது நேரத்தினை நொந்துகொண்டான். சிறிது நேரத்தில் கண்கள் இருட்டிற்கு பழகின. முதலில் படுக்கை அறைக்கு சென்றான். மடித்து வைக்காத போர்வைகள், பல நாளாக கூட்டப்படாமல் தேங்கி கிடக்கும் குப்பைகள் மட்டுமே இருந்தன ஆள் இருப்பதாக தெரியவில்லை. மீதம் இருந்த இரண்டு படுக்கை அறையிலும், சமயலறையிலும் தேடியும் கிடைக்கவில்லை, எங்கே சென்றிருப்பான்?.

வீட்டின் பின்பக்கம் உள்ள தோட்டத்திற்கு அவனை தேடி விரைந்தான். அந்த திறந்த தோட்டம் இருளில் அன்று மூழ்கியிருந்தது. திடீரென ஒரு மின்னல் தோன்றாத என ஏங்கினான். மின்னல் வெட்டவில்லை!. வீட்டின் வரண்டாவினை விட்டு புல்வெளியில் காலினை வைத்து நடக்க ஆரம்பித்தான். கொட்டும் மழையில் தன் கண்களை குறுக்கி தூரத்தில் ஏதாவது தெரிகிறதா என தேடி பார்த்தவாறே நடந்தான். "அர்ஜுன்... அர்ஜுன் எங்கடா இருக்க?" என தன் மனதுக்குள்ளே கத்தியவாறு நடந்தான். அப்பொழுது வெட்டிய மின்னல் ஒளியில் தூரத்தில் ஒரு ஊஞ்சல் ஆடுவது தெரிந்தது. ஊஞ்சல் மீது அவன். மழையை ரசித்துக்கொண்டு வானத்தை பார்த்து ஆவேன வாயினை திறந்து வைத்துக்கொண்டு முகம் எங்கும் சிரிப்பினை ஏந்தி கொண்டு ஆடிக்கொண்டிருந்தான் அந்த அடங்காதாவன்!.

வேகமாக ஓடிச்சென்று அவனை துண்டுக்கட்டாக தூக்கி வீட்டிற்குள் ஓடி வந்தான். ஒரு துண்டினை எடுத்து அவன் கைகளில் கொடுத்து, சமயலறைக்குள் நுழைந்தான். ஒரு மெழுகுவர்த்தியை எடுத்துக்கொண்டு வீட்டின் ஹாலிற்கு வேகமாக வந்தான். அப்பாவியாய் அங்கே அர்ஜுன் தன் தலையை துவட்டிக்கொண்டிருந்தான். அனிருத்தன் டேபிள் மீது மெழுகுவர்த்தியுடன் ஒரு குட்டி போராட்டத்தினை முடித்து அதனை நிறுத்தி வைத்து விட்டு சோபா மீது விழுந்தான். எதிரே அர்ஜுன் இன்னும் துவட்டிக்கொண்டு நின்றிக்கொண்டிருப்பதை பார்த்து அனிருத்தன் முறைக்க, துண்டினால் முகத்தினை மூடி முகத்தினை துவட்டிக்கொண்டிருந்தான் அர்ஜுன். அனிருத்தன் தனது பார்வையினை மாற்றவில்லை. துண்டின் ஓர் ஓரத்தினை விலக்கி அர்ஜுன் இவனை பார்த்தான் இவன் இன்னும் முறைப்பதை கண்டு பயத்தில் முகத்தினை மீண்டும் மூடி கொண்டான். அனிருத்தன் முகத்தில் குறுஞ்சிறிப்பு வெடித்தது.

எழுந்து அவன் அருகில் சென்று துண்டினை விலக்கி அவனை சோபாவிற்கு அழைத்து சென்றான்.

"மழைல நனையாத னு சொல்லிருக்கேன்ல உனக்கு. அப்றம் எதுக்கு இந்த ஆட்டம் ?" என கைகளை கொண்டு சைகையின் மூலம் அவனிடம் பேசினான்.

" பிடிச்சுருக்கே" அப்பாவியாய் சைகையில் பதிலளித்தான் அர்ஜுன்.

"சரி இதெல்லாம் ?" சிதறி கிடந்த பொருட்களை காண்பித்து கேட்டான் அனிருத்தன். அப்பாவியாய் தலையை குனிந்து கொண்டான். அவன் கன்னத்தை பிடித்து நிமிர்த்தி,

"சாப்டியா ?" என கேட்டான்.

"ஓ .. மேகி"என முகத்தில் பெரும் சிரிப்புடன் சைகையில் பதிலளித்தான் அர்ஜுன். பிறவியில் இருந்து காது மற்றும் தொண்டையில் உள்ள குறைபாட்டினால், அர்ஜுனினால் பேசவோ கேட்கவோ முடியாது, சைகையின் மூலமே பேச இயலும். புதிதாய் எவர் பழகினாலும் இவன் சைகையினை புரிந்து கொள்வது சற்று கடினமே. ஆனால் இந்த சைகை பாஷை அனிருத்தனிற்கு சுலபமானது,அஞ்சலியால்!.

அனிருத்தன் எழுந்து டேபில் டிராயரினை திறந்து தனது பவர் பேங்கினில் செல்போனிற்கு சார்ஜ் போட்டு விட்டு நிமிர்ந்தான். சுவற்றில் உள்ள கடிகாரம் நேரம் சரியாக 9.45 என காட்டியது. அனிருத்தன் வேகமாக அர்ஜுனை கூட்டிக்கொண்டு படுக்கை அறையில் நுழைந்து அவனை தூங்க வைத்தான். களைப்பில் அர்ஜுன் சீக்கிரம் தூங்கிவிட்டான். அனிருத்தன் அவனை படுக்க வைத்துவிட்டு கதவினை மெல்ல அடைத்தான். வீட்டின் ஓர் மூலையில் இருந்த அவனது படுக்கை அறையினை நோக்கி நடந்தான்.

மழை இன்னும் கொட்டிக்கொண்டிருந்தது. தன் அறையின் கதவினை மெல்ல அவன் திறக்க அறையின் மூலையில் ஒரு பழைய பியானோ துணியால் மூடப்பட்டிருப்பது மின்னலின் வெளிச்சத்தில் தெரிந்தது. அனிருத்தன் அறையினுள் மெல்ல நுழைந்தான்.அவன் காலடி சத்தம் கொட்டும் மழையோசையில் காணாமல் போனது. நுழைந்தவன் அந்த பியானோ அருகே தனது கைகளை மெல்ல கொண்டு சென்றான். திரையை விலக்க தன் கைகளை கொண்டு செல்ல ஜன்னலின் வழியே வந்த மின்னலின் ஒளி, அவன் பழைய நினைவுகளை

ஓர் நொடியில் பளிச்சென ரீவைன்ட் செய்தது. கண்களின் ஓரம் ஓர் துளி கண்ணீர். அனிருத்தன் தனது மெத்தையில் விழுந்தான், எப்பொ-ழுது தூங்கினான் என்று அவனுக்கே தெரியவில்லை.

இரவின் நடுவே, தூரத்தில் எங்கோ ஓர் மெல்லிசை கேட்பது அந்த தூக்கத்தையும் கடந்து அவன் காதுகளில் விழுந்தது. அந்த மெல்-லிசை இப்பொழுது சற்று அதிக சத்தத்துடன் இன்னும் பக்கமாக அவன் அறையிலையே இசைப்பது போல் இருந்தது. அப்பொழுது எங்கோ விழுந்த இடி அவனை தூக்கத்தில் இருந்து உலுக்கியது. கண்களை திறக்க அறை எங்கும் இருள் சூழ்ந்திருந்தது. அந்த அறையில் உள்ள பியானோவில் இருந்து தான் அந்த மெல்லிசை வருகிறது என புரிந்து கொண்டான். யார் இசைப்பது? கண்களை குறுக்கி கொண்டு பார்த்தான். இருள்! சுற்றிலும் இருள்!.

"யார் அது ?" அனிருத்தனின் உதடுகள் முணுமுணுத்தது. பதில் இல்லை.

மெல்லிசை தொடர்ந்தது.

"யார் அதுன்னு கேக்கிறேன்ல" இம்முறை சற்று குரலை உயர்த்தி கேட்டான். மெல்லிசை நின்றது. நிசப்தம். திடீர் நிசப்தம்.அனிருத்தனின் உடம்பு ஓர் நொடி சிலிர்த்து அடங்கியது...

மின்னலின் வெளிச்சத்தில், பியானோவில் அவள், அஞ்சலி!

4

துளைக்கும் புது கேள்விகள்

கண்களை திறக்க முடியாமல் மெல்ல தனது கண்களை திறந்தான் அனிருத்தன். ஜன்னல் வழியே விழுந்த சூரிய வெளிச்சத்தில் தூசி துகள்கள் நடனமாடி கொண்டிருந்தன. கண்களின் முன்னே இரவில் நடந்த சம்பவங்கள் ஓர் நொடி வந்து மறைந்தன. என்ன இது ? ஏன் எனக்குள் இது போல் ஓர் உணர்வு ? இரவில் வந்தது கனவா? இல்லை அது பிரம்மையா?தலையை பிடித்துக்கொண்டு தலைவலியோடு யோசித்-தான்.

அவன் எழுந்து திரும்பும் தருணத்தில் அவனது பார்வை, துணியால் மறைக்கப்பட்ட அந்த பியானோவின் மீது விழுந்தது. தனது படுக்கையை விட்டு ஒரு வித தயக்கத்துடனும் திகிலோடும் அந்த பியானோவை நோக்கி நடந்தான். வெள்ளை நிறத்தில் தூசி படிந்த அந்த துணியை தன் கைகளில் பிடித்து இழுக்க, தூசி நிறைந்த அந்த பியானோ பல மாதங்களுக்கு பிறகு வெளிச்சத்தை பார்த்தது. உடைக்கப்பட்ட பியானோ, பல வெள்ளை கட்டைகளும், கருப்பு கட்டைகளும் இல்லாத ஓர் பியானோ. இதிலிருந்தா அந்த மெல்லிசை ? இது நிச்சயம் அவனது பிரம்மையாக தான் இருக்க வேண்டும். பிரம்மையாக இல்லை என்-றால்?.. விடிந்ததும் குழப்பங்கள் வேண்டாம், குழம்புவதற்கு இன்னும் பல இருக்கின்றன என தனக்கு தானே சொல்லிக்கொண்டு வெளியே வந்-

தான்.

சிதறி கிடந்த பொருட்கள் இப்பொழுது அவைகளின் இடத்தில் அடுக்கப்பட்டிருந்தது அழகாய்!. காரணம் அவனாக தான் இருக்கும், அர்ஜுன்!.

டேபிள் டிராயரினை திறக்க உள்ளே அவனது செல்போனில் நொடிபிகேஷன் லைட் மட்டும் எரிந்து அணைந்து மின்னி கொண்டிருந்தது. கடவுச்சொல்லை தொடுக்க, திரையில் பல மிஸ்டு கால். அவைகளில் டிரைவரிடம் இருந்து சில, ஜெயந்திரனிடம் இருந்து சில. நிமிர்ந்து பார்த்தவனின் கண்களில் பட்ட அந்த சுவர் கடிகாரத்தில் நேரம் 10.45. ' இன்னும் என்ன பண்றான் அந்த டிரைவர்?' தனக்குள்ளே கேட்டுக்கொண்டு டேபிள் மீது ஒட்டப்பட்டிருந்த அந்த ஊதா ஸ்டிக்கி நோட்டினை கவனித்தான். உள்ளே..

'ஸ்கூல்க்கு லேட்டாகிருச்சு சோ கெளம்பிட்டேன். மில்க் சூடு பண்ணிக்கோ, பிரெட் டோஸ்ட் பண்ணிக்கோ,எல்லாம் அது பக்கத்துலயே வச்சிருக்கேன். லவ் யூ. அர்ஜுன்'

உதட்டில் குறுஞ்சிரிப்புடன், நகர்ந்தான்.

குளியலறைக்குள் நுழைந்து குளித்துமுடித்து ரெடியாகி அவன் வருவதற்கும், வெளியே டிரைவர் வருவதற்கும் சரியாக இருந்தது.

"சார்....சாரி சார், வண்டி திடீர்னு பிரேக்டௌன். சோ சர்வீஸ் நான் பாத்துட்டு வர கொஞ்சம் லேட்டாகிருச்சு சார்."

அனிருத்தன் திரும்பி சுவற்றில் உள்ள கடிகாரத்தை பார்க்க.

"சாரி சார்.... கொஞ்சம்...ரொம்பவே லேட்டாகிருச்சு" டிரைவர் திக்கி திணறி கூறி முடிக்க. அவன் வீட்டுக்குள் நுழைந்து டோஸ்டெரில் வைத்திருந்த பிரெட்டுடன் வீட்டினை அடைத்துவிட்டு வண்டியில் ஏறினான்.

வண்டி பரபரப்பாய் இயங்கி கொண்டிருந்த அபிராமபுரம் E4 ஸ்டே-ஷனில் நின்றது. கம்பீரத்துடன் உள்ளே அனிருத்தன் நுழைய, சல்யூட் வரிசையாக அங்கிருபவர்களால் அடிக்கப்பட்டது. பார்வையிலேயே பதில் சல்யூட் அடித்துவிட்டு தனது அறைக்குள் நுழைந்தான் அனிருத்தன்.

டேபிள் மீது பதிமூன்றாவதாக கொலை செய்யப்பட்டவனின் போஸ்டமா-டம் ரிப்போர்ட். அவன் கவரினை பிரித்து படிக்க ஆரம்பித்தான்.

அவன் யூகித்தவை அனைத்தும் மெடிக்கல் டேர்மில் எழுதப்பட்டிருந்தன. அவனது உறுப்புகள் சிதைக்க படும்பொழுது அவன் உயிரோடு தான் இருந்திருக்கான். இட் இஸ் எ ப்ரூட்டல் மர்டர். ஒரே வடிவிலான கொலைகள்.

மேஜையில் இருந்த அவனது செல்போன் வைபிரேட் மோடில் அதிர ஆரம்பித்தது. திரையில் மணிகண்டன் கமிஷனர். வெறுப்புடன் பச்சை நிறத்தை மேலிலுத்தான்.

"அனிருத்தன்.. என்னையா ஆச்சு.. கேஸ் எங்க போயிட்டு இருக்கு."

"சார் .. நாங்க ஃபாலோ பண்ணிட்டே இருக்கோம் சீக்கிரம் புடிச்சுரலாம்"

"எப்டி? அவன் கொன்னு போட்டுட்டே போவான் நீங்க பின்னாடி அள்-ளுறதுக்கு ஃபாலோ பண்ணிட்டே இருப்பீங்களா?"

"...."

"யோவ்... பதிமூனு கொலையா.. மேலெடத்துல இருந்து எனக்கு தான் பிரஸ்ஸர்.. இந்த கேஸ் -அ சிபிஐ கிட்ட போகாம நான் தான் பாத்துட்டு இருக்கேன். ஏற்கனவே நாம ஒன்னுக்கும் லாயக்கு இல்லைனு பேசிட்டு இருக்கானுங்க.. இதுல இந்த கேஸூம் அவனுங்க கிட்ட போச்சு.. காரி மூஞ்சிலேயே துப்புவாய்ங்க."

"...."

"என்னையா பேசிட்டே இருக்கேன் பதிலையே காணோம்.. அங்க என்ன மயிரவா புடிங்கிட்டு இருக்க?!!!"

"சாரி சார்" அனிருத்தனின் கண்கள் கோபத்தில் சிவக்க ஆரம்பித்தன.

"இங்க பாரு... உனக்கு ஒன் வீக் தான் டைம். அதுக்குள்ள சைக்கோ எவன் என்னனு கண்டுபிடிக்குற.. இல்ல அன் பிட்டுன்னு சஸ்பென்ஷன் ஆர்டர்-அ குடுத்து வீட்டுக்கு அனுப்பிருவேன்.. பாத்துக்க.." அழைப்பு துண்டிக்கப்பட்டது.

அனிருத்தன் தனது இருக்கையில் இருந்து எழுந்து ஜன்னல் அருகே சென்றான். வெளியே பரபரப்பாக அந்த நரகம் இல்லை நகரம் இயங்கிக்கொண்டிருந்தது.. 'எதை நோக்கி ஓடுகிறோம் என தெரியாமல் ஓடும் இந்த சைக்கோ கும்பலில் நானும் ஒருவனா?' தன்னக்குள் கேட்டவாறே அனிருத்தன் வெளியே வெறித்து பார்த்துகொண்டிருந்தான்.

"எக்ஸ்கியுஸ் மி சார்" ஜெயந்திரனின் குரல்.

அனிருத்தன் திரும்பி அவனை கண்களாலே உள்ளே அமர சொன்னான்.

"சார்.. உங்களுக்கு நேத்து நைட் கால் பண்ணேன்.. சுவிட்ச்ட்டு ஆப் னு வந்துட்டே இருந்துச்சு சார்.. "

"என்ன விஷயம்"

"சார் நேத்து பெரிய மழ சார்.. அதுனால அந்த பையன பத்தி விசாரிக்க முடில.. சோ இன்னைக்கு மார்னிங் அங்க போனேன்.. அது ஒரு ஹைவே சார்.. சோ அங்க அவ்ளோவா வீடு ஏதும் இல்ல.. அங்க இருந்த கடக்காரங்க கிட்டலாம் விசாரிச்சேன்.. யாருக்கும் அவன பத்தி

தெரியல சார்.. கொஞ்சம் தள்ளி இருந்த வீடுங்களா இருந்த ஏரியால-யும் விசாரிச்சேன்.. ரிசல்ட் நெகட்டிவ் சார்."

"அப்றம் பாடிய மார்சரில வச்சுட்டு அங்க இருந்த அட்டெண்டர்கிட்ட யாராச்சும் இந்த பையன தேடி வந்தா எனக்கு கால் பண்ணி சொல்ல சொல்லிட்டு வந்துட்டேன் சார்."

"ம்ம்.. சரி பர்ஸ்ட் மர்டர் நடந்த எடம் பேரு என்ன?"

"சார் .. ஒரு நிமிஷம்" அங்கிருந்த பைலை புரட்டி "ஸ்பேட் எக்ஸ் பார்ட்டி கிளப் சார்."

"சரி.. வா அங்க போகலாம்" அனிருத்தன் எழுந்து கிளம்பினான்.. அந்த நேரம் ஜெயந்திரனுக்கு ஓர் இன்கமிங் கால் வரவே.. ஜெயந்திரன் அந்த இடத்திலேயே நின்றுவிட்டான்..

இங்கே வெளியே வேகவேகமாக அனிருத்தன் தனது காரினை நோக்கி நடந்து கொண்டிருந்தான்.

"சார்...சார்.."ஜெயந்திரன் கத்திகொண்டே பின்னே ஓடி வந்தான்.

"என்ன?"

"ஹாஸ்பிட்டல்ல இருந்து ஃபோன் சார்"

"அந்த சின்ன பையன தேடி யாராச்சும் வந்துருக்கங்களா?"

"இல்ல சார்"

"பின்ன?"

ஜெயந்திரன் எச்சிலை விழுங்கிக்கொண்டு பேசினான்.

"பையனோட டெட் பாடிய காணோமாம் சார்"

5
ஏன்?

"ஏய் ஒத்து, கூட்டம் போடாத... யோவ் உன்கிட்ட எத்தன தடவ சொல்றது... சர்டிபிகேட் வேணும்னா 500 வெட்டு..கைக்கு வந்து குடுக்குறேன்.. இல்லனா ஒரு மாசம் கழிச்சு வா" எச்சிலை மரத்தின் கீழே துப்பிவிட்டு கூட்டத்திலிருந்து நகர்ந்து நடந்தான், ராயப்பன்.

"டேய்..என்னடா போலீஸ் நமக்கு தெரியாம வந்திருக்கு"

"உனக்கு மேட்டர் தெரியாதா...!?"

பாண்டியன் புரியாமல் முழிப்பதை கண்டு தொடர்ந்தான் ராயப்பன்.

"மார்ச்சரில நேத்து ஒரு சின்ன பையன் பாடிய தூக்கிட்டு வந்தோமே.. அதான் ஹைவேல ஆக்சிடன்ட் ஆச்சே.. அதே பையன்.. அவன் பாடிய காணோமாம்.." பீடியை பற்ற வைத்தான்.. ராயப்பன்.

"எவனுக்குடா இவ்ளோ தைரியம்??!!"

"அதாண்ணே தெரியல.. எவனோ வேலைய பாத்திருக்கான்.. சிக்குனா செத்தான்"

பீடியை இழுத்துக்கொண்டே அனிருத்தனை நோட்டம் விட்டான் ராயப்-

பன்.

பீடியை பிடிங்கி கீழே எறிந்து மிதித்து அங்கிருந்து நகர்ந்தான் பாண்டியன்.

"யோவ்.. பீடி எவ்ளோ ரேட் விக்குதுன்னு தெரியுமா உனக்கு" ராயப்பன் கத்திக்கொண்டே பாண்டியன் பின்னே ஓடினான்.

இங்கே தூரத்தில் இருந்த அந்த பெரிய மரத்தின் கீழே...அனிருத்தன், அங்கே தூரத்தில் மைதானத்தை வேடிக்கை பார்த்தவாறு காரில் சாய்ந்திருந்தான். காய்ந்த சருகுகள் காற்றில் பறக்க நேரம் பார்த்து அந்த நிழலிலும் வெயிலின் சூட்டில் காய்ந்து கொண்டிருந்தன. தூரத்தில் சில நோயாளிகள் நகர்ந்தும்,ஊர்ந்தும் கொண்டிருந்தனர்.

"சார்" ஜெயந்திரனின் குரல்.

அனிருத்தன் மெல்ல திரும்பி சொல்லு என்பது போல் தலை அசைத்து மீண்டும் மைதானத்தை வெறித்து பார்த்தான்.

" சார், நேத்து செக்கியுரிட்டிக்காக

நம்ம ஸ்டேஷன் கான்ஸ்டபில் தான் இருந்தருக்காறு.. யாரோ மூஞ்சில மயக்க மருந்து அடிச்சு... லாக்-அ ஒடச்சு உள்ள இருந்து பாடிய தூக்கிருக்காங்க."

"சிசிடிவி கேமரா..ரெண்டு வாரமா வொர்க் ஆகலையாம்... பேசாம பாரன்ஸிக் டிப்பார்ட்மென்ட்-அ வர சொல்லலாமா சார்."

ஜெயந்திரன் அனிருத்தினின் முகத்தை பதிலுக்காக கூர்ந்து கவனித்தான். அனிருத்தன் வெறித்து பார்த்தபடியே நின்றிருந்தான். அங்கே மதிய வேளையின் சூடான சுழர்காற்று மட்டுமே வீசியது. அமைதி!!. பெருத்த மூச்சின் சத்தம் மட்டுமே அவனிடம் இருந்து பதிலாய் வந்தது..திடீரென எதையோ யோசனையில் கண்டுபிடித்தவனாய்

"வண்டிய ஸ்பேட் எக்ஸ்க்கு விடு" சொல்லிவிட்டு அனிருத்தன் வண்டியில் ஏறினான். ஒன்றும் புரியதவனாய் ஜெயந்திரனும் வண்டியில் ஏறிக்கொண்டான்.

வண்டி அந்த நெடுஞ்சாலையில் வேகமெடுத்து பறந்தது. சில மணி நேரத்தில் ஊரின் ஒத்துக்குப்புறமாய் காட்டுக்கும் தோட்டத்துக்கும் இடையே ஏதோ ஒன்றாய் இருக்கும் அந்த இடத்திற்குள் வண்டி நுழைந்தது. அது ஒரு பிரைவேட் ரிசார்ட் கிளப். குடிக்கும், போதைக்கும் பல வித கும்மாளத்திருக்கும் அடிமையாய் இருக்கும் பணக்காரர்கள் தங்கள் பணத்தையும் நேரத்தினையும் செலவிடும் ரிசார்ட். பல வித குற்றச்செயல்களுக்கு அடித்தளம் அமைக்கும் இடம். மரத்தினால் சூழப்பட்ட அந்த நடைபாதையில் வண்டி நின்றது. வண்டியிலிருந்து அனிருத்தனும் ஜெயந்திரனும் இறங்கினர். முதல் கொலை நடந்த இடம். அனிருத்தனின் வாழ்வின் பிரச்சனைகளுக்கு தொடக்கமாய் அமைந்த இடம். அழகாய் மரங்கள் சூழ, குளிர் காற்று தவழ அந்த வெயிலிலும் இதமாய் இருந்தது. இந்த அழகில் பணத்தை செலவு செய்து நிம்மதியை வாங்குவது தவறல்ல..ஆனால் அழகு இருக்கும் இடத்தில் தானே ஆபத்தும் நிறைந்துள்ளது. அவர்கள் உள்ளே நுழைந்து விட்டனர்.

"சார் இப்ப இங்க எதுக்கு வந்துருக்கோம் சார்?"

மௌனமே பதில்..அனிருத்தன் தொடர்ந்து நடந்து கொண்டே இருந்தான். அவர்களின் பூட்ஸின் சத்தம் அங்கே ரிசப்சனில் எதிரொலித்தது. ரிசப்சனின் முன் நின்று அனிருத்தன் கண் அசைக்க

"மானேஜர்-அ பாக்கனும்.. " ஜெயந்திரன் சொல்லிவிட்டு அனிருத்தனின் முகத்தினை திரும்பி பார்த்தான். கண்களை ஒருவிதமாய் சிமிட்டிவிட்டு ஆம் என்பது போல் தலையை அசைத்தான்.

"ஜஸ்ட் எ மினிட் சார்" இனிமையான குரலில் அந்த பெண் பேசிவிட்டு மேஜையின் மீதிருந்த அந்த டெலிபோனில் ஏதேதோ நம்பர்களை அழுத்தி பேச தொடங்கினாள். ஜெயந்திரனின் கண்கள் அவள் மீது

பதிந்தன.

"ஹீ இஸ் ஆன் தி வே.. பிலீஸ் நீங்க அங்க உட்காருங்க"

அவர்கள் அங்கு சென்று அமர்ந்த சில நொடியில் மானேஜர் அங்கு வந்தார். ஒரு வித குழப்பமான பார்வையுடன்..

"யெஸ்.. சொல்லுங்க சார்.. என்ன விஷயம்..?" என வினவி அனிருத்தனின் பதிலுக்காக பதட்டத்துடன் காத்திருந்தார்.

மானேஜர் மட்டும் அல்ல ஜெயந்திரனும் அனிருத்தனின் பதிலுக்காக காத்திருந்தான். மூன்று மாதத்திற்கு பிறகு திடீரென்று ஏன் இங்கே? அதும் இப்பொழுது?

அனிருத்தன் சோபாவில் இருந்து மெல்ல எழுந்தான். மானேஜரை முறைத்துக்கொண்டே தன் கைகளில் இருந்த காப்பினை மேலேற்றினான். உறுமல் கலந்த குறலுடன் அந்த கேள்வியை கேட்டான்.

"ஏன் இந்த கொலையை பண்ணீங்க?"

6

தொலைத்தது என்ன?

அனிருத்தனின் அந்த கேள்வியால் மானேஜர் ஓர் நொடி கதி கலங்கி போனார்.

" சார்... எந்த கொலைய சொல்றீங்க... நான் கொலை ஏதும் பண்ணலையே.."

" நீங்க தான் இந்த கொலையை பண்ணிருக்கீங்க" மீண்டும் அதே உறுமல்.

" சார்... சத்தியமா நான் பண்ணல சார்"

"திரும்ப திரும்ப பொய் சொல்லிட்டே இருந்தா பொய் உண்மையா மாறாது..மரியாதையா ஒத்துகங்க.. இல்லனா நானே உங்கள இங்க இருந்து தரதரனு இழுத்துட்டு போகவேண்டியதா இருக்கும்"

" சார்.. சத்தியமா சொல்றேன்... அது நான் இல்ல... நீங்க எத வச்சு நான்னு சொல்றீங்கனு எனக்கு புரியல"

" சிம்பில்.. நீங்க ஒரு ப்ரைவேட் பார்ட்டிக்கு பர்மிஷன் குடுத்திருக்கீங்க.. அதுல நீங்களே.. உங்களுக்கு விரோதமான ஆள இன்வைட் பண்ணிருக்கீங்க... ப்ரைவேட் பார்ட்டி.. சோ நோ கேமரா, நோ ரெக்கார்ட்ஸ்..

ஈசியா அவனை மர்டர் பண்ணிருக்கீங்க..."

"சார் .. இது சுத்த பொய்.. நீங்களா இதை உருவாக்குறீங்க... இத உங்களால ப்ரூவ் பண்ண முடியுமா?"

அனிருத்தனின் முகத்தில் குழப்பம் குடி கொண்டது..

"சார்.."ஜெயந்திரனின் குரல் மெல்லியதாய் கேட்டது..

அனிருத்தன் சோபாவில் அமர்ந்தபடியே திரும்பினான். ஜெயந்திரன் கண்ணை காட்டிய திசையில் தூரத்தில் மானேஜர் நடந்து வந்து கொண்டிருந்தார்.

அனிருத்தனின் கண்களில் ஓர் இயலாமை தெரிந்தது.. இவன் தான் குற்றவாளி என்று சொன்னால் கூட ஆதாரம் எங்கே?என்பது தான் முதல் கேள்வியாய் இருக்கும். ஆனால் இவன் தான் குற்றவாளியா? தெரியவில்லை.. இருக்கலாம்..! இருந்தால்..?

" ஹெலோ சார்.. என்ன விஷயம் திடீர்னு வந்துருக்கீங்க" மானேஜர் அவர்களிடம் குழப்பமான புன்னகையுடன் கேட்டார்.

"கிரைம் ஸீன்-அ பாக்கணும்..இன்னும் அத நீங்க ஓப்பன் பண்ணலைல?"

"இல்ல சார்..இன்னும் அந்த ரூம் லாக்ல தான் இருக்கு... கொஞ்சம் நீங்க இத வேகமா முடிசீங்கனா.. எங்களுக்கு கொஞ்சம் நல்லா இருக்கும்.. இந்த பிரச்னையாளா ரூம்ஸ் புக் ஆக மாட்டிங்குது சார்.."

"இத அப்படி ஒரு பார்ட்டிக்கு பெர்மிசன் குடுகிறதுக்கு முன்னாடி யோசிச்சிருக்கணும்" ஜெயந்திரன் பேசிக்கொண்டே அனிருத்தன் நடந்த திசை நோக்கி நடந்தான்.

சுருள்சுருளாய் அமைந்த அந்த படிக்கட்டில் மூவரும் நடந்து கொண்டி-

ருந்தனர்.

"ஏன்யா.. உங்க ரிசார்ட்ல லிப்ட் எல்லாம் ஒர்க் ஆகாதா.. வரவன்லாம் நடந்தே போகனுமா" சலிப்புடன் ஜெயந்திரன் கேட்டுவிட்டு நடந்து-கொண்டு இருந்தான்.

" சார்..மெய்ன்டனன்ஸ்ல இருக்கு சார்"

"நல்லா இருக்கு!!!" மூவரும் நடந்தே

இரண்டாம் தளத்தை வந்தடைந்தனர். நீண்ட கரிடோர்.. அதோ அங்கே அந்த கடைசியில் உள்ள ரூமில் தான் அந்த கொலை நடந்தது. அனி-ருத்தனின் மூளை அவனிடம் பேசிக்கொண்டே வந்தது.

'ரூம் நம்பர் A-210' என தங்க பலகையில் எழுதியிருந்தது.

"ரூம் கீ எங்க?" அனிருத்தன் மெல்லிய குரலில் கேட்க மானேஜர் தனது கோட்டிற்குள் வைத்திருந்த அந்த காமன் கீயை எடுத்து சொருகினார். ரூம் திறந்தது... வெளிச்சத்தில்..

உள்ளே கலைக்கப்பட்ட போர்வைகள்.. உடைக்கப்பட்ட கண்ணாடி பொருட்கள்..நீல நிற சுவற்றில்..தெரித்திருந்த ரத்தக்கறை.. என எல்லாம் முதல் நாள் பார்த்தபடியே இருந்தன.. ஆனால் ஒன்று மட்டும் வேறு-பட்டிருந்தது.. இந்த துர்நாற்றம்.. அனிருத்தனும், ஜெயந்திரனும், கை உறையினை மாட்டிக்கொண்டு உள்ளே நுழைந்தனர்.

மெத்தையில் ரத்தக்கரைகள்.. அனிருத்தன் கண்களை அசைக்க அங்-கிருந்து மானேஜர் நகர்ந்து சென்றார். அனிருத்தன் அங்கே இருந்த பொருட்களை எல்லாம் சோதனை செய்துகொண்டே இருந்தான். டேபிளை அசைத்தும்..கட்டிலின் கீழே குனிந்தும் தேடிக்கொண்டு இருந்-தான்.

ஜெயந்திரனின் குழப்பம் அதிகரித்துக்கொண்டே போனது. எதற்கு இங்கே

வந்தோம்? என்ன செய்ய போகிறோம்? என எதுவும் தெரியாமல் குழம்பிக்கொண்டே இருந்தான்.

"சார்" மெல்லியதாய் அவன் குரல்

என்ன என்பது போல் அனிருத்தன் திரும்பி பார்க்க..

"என்ன சார் பண்றோம் நாம?" அவனும் அங்கிருந்த மெத்தை..டேபிள் எல்லாவற்றையும் தள்ளி உருட்டி பார்த்துக்கொண்டே கேட்டான்.

"தொலைச்சத தேடுறோம்"

"என்ன தொலச்சோம்?" புரியாமல் வினவினான்.

"தெரியல"

அப்பொழுது அனிருத்தன் குனிந்து டேபிளின் கீழே ஒரு குச்சியை வைத்து இடித்து பார்த்துக்கொண்டிருந்த போது.. கீழே அந்த மூலையில் இருளில் ஏதோ ஒன்று தட்டுப்படுவது போல் தெரிந்தது..அனிருத்தன் வேகம் கொண்டு குச்சியால் இழுக்க.. ஒரு புத்தகம் வெளியே வந்தது..கீழே இருந்த புத்தகத்தை கைகளில் எடுத்தான்.

புத்தகத்தின் மீதிருந்த தூசியை தட்டிவிட்டு அந்த புத்தகத்தை திருப்பி பார்த்தான்..

புத்தகத்தின் மீது..

'ஹௌ டு பயின்ட் எ சைக்கோ' என எழுதப்பட்டிருந்தது...

7
பயணம் தொடர்கிறது

அனிருத்தன் அந்த புத்தகத்தை திருப்பி பார்த்துக்கொண்டிருந்தான்.

ஜெயந்திரன் புரியாமல்,

"சார்.. என்ன புக் இது??"

"தெரியல"

புத்தகத்தின் மேல் இருந்த தலைப்பினை வாசித்து விட்டு..

"இந்த புக்க எப்படி சார் கிரைம் ஸீன்ல மிஸ் பண்ணோம்?"

அனிருத்தன் திரும்பி முறைத்தான்..

"சாரி சார்."

அனிருத்தன் அந்த புத்தகத்தினை முழுவதுமாக திருப்பி முடித்து விட்டான். உள்ளே ஒன்றும் எழுதப்படவில்லை,சிறு கிருக்கல்களோ, கோடுகளோ இல்லை..புதிதாய்..புத்தம் புதிதாய் அந்த புத்தகம் இருந்தது.

ஜெயந்திரனின் குழப்பத்திற்கு இன்னும் பதில் கிடைக்க வில்லை.. ஏன்

இங்கு வந்தோம்? எதை தேடி வந்தோம்? என யோசித்துக்கொண்டே இருந்தான். ஜெயந்திரனிற்கு மட்டும் அல்ல அனிருத்தனிற்கும் தான். அவன் எதை தேடி வந்தான் என்பது அவனுக்கே இன்னும் புலப்படவில்லை. தொலைத்த இடத்தில் தேடினால் விடை கிடைக்கும் என நிம்மதியை தொலைத்த இடத்திற்கு வந்தான். வந்ததில் கிடைத்தது இந்த புத்தகம் மட்டுமே! பெருத்த மூச்சுடன் ஜன்னல் அருகில் இருந்த நாற்காலியில் அமர்ந்தான் அனிருத்தன்

"சார்.. கோவப்படாதீங்க.. நாம இப்ப என்னதான் பண்றோம்?"

அனிருத்தன் வெளியே வேடிக்கை பார்த்தவாறே அமர்ந்திருந்தான். பதில் இல்லை.

ஜெயந்திரன் தன் தலையை சொரிய ஆரம்பித்தான். அனிருத்தன் அங்கே மெல்ல பேசினான்.

"பர்ஸ்ட் மர்டர் நடந்தது எப்ப?"

"சார்??!!!" ஜெயந்திரன் புரியாமல் கேட்டான்.

அனிருத்தன் மெல்ல திரும்பி அவனை முறைக்க..

"சார்..அது.. ஒரு நிமிஷம் சார்.. அன்னைக்கு என் ஆளு திட்டிட்டே இருந்தா..சார்..அந்த...டேட் வந்து...." தலையை சொரண்டி யோசித்தான்.

"டிசம்பர் 31 2019"

"சார்... சூப்பர் சார்.. அதான்.. அதே தான் சார்.. அன்னைக்கு தான் திட்டிட்டே இருந்தா"

அனிருத்தன் தொடர்ந்தான்..

" சோ ஃபரம் தட் டேட்... கொலைகள் தொடர்ச்சியா நடந்துட்டே இருக்கு..நோ எவிடன்ஸ்.. நோ ரெகார்ட்ஸ்... நோ ட்ரேசஸ்..நம்மகிட்ட இருக்குற ஒரே ஹின்ட்.. ஒவ்வொரு கொலைக்கும் நடுவுல ஏழு நாள் கேப் அண்ட் ஒவ்வொரு கொலையும் ஒரே பாட்டர்ன்ல இருக்கு..ப்ரூட்-டல் மர்டர்ஸ்"

"..."

"கடைசியா நடந்த கொலை மார்ச் 24..இன்னைக்கு டேட்?"

"25 சார்"

" சோ .. இந்த பாட்டர்ன்படி.. அடுத்த கொலை நடக்க போறது.. மார்ச் 31..இன்னும் ஆறு நாள்ல"

"சார்... பட் இந்த பாட்டர்ன் நமக்கு தர்ட் மர்டர்லயே தெரிஞ்சுருச்சே!... பட் நம்மலாள அவன டிராக் பண்ண முடிலயே.."

"கரெக்ட்.. நம்மளால முடியல... பட்.. நமக்கு இதான் லாஸ்ட் சான்ஸ்.. இத விட்டா.."

"விட்டா???!"

அனிருத்தன் அங்கிருந்து மெல்ல எழுந்தான்.. ஜெயந்திரனை நோக்கி

"விட்டா... கேஸ் சிபிஐக்கு போகும் அண்ட் இதுல எந்தெந்த அதிகா-ரிகளாம் சம்மந்தபற்றுகாங்களோ அவங்க எல்லாருக்கும் சஸ்பென்ஷன் ஆர்டர் தேடி வரும்.... சர்வீஸ்ல பெரிய பிளாக் மார்க்கா இருக்கும்"

" போச்சு..!!!"

அனிருத்தன் உதட்டில் குறுஞ்சிரிப்புடன்.. அங்கிருந்து வெளியே புத்த-கத்துடன் நடக்க ஆரம்பித்தான். அவர்கள் அங்கிருந்த சுருள் படியில்

இறங்கி ரிசப்ஷனை அடைந்தனர்.

"மானேஜர் எங்க??!" அனிருத்தனின் கேள்விக்கு அந்த ரிசப்ஷனிஸ்ட்

"ஹீ இஸ் தேர் சார் " என தன் விரல்களை அங்கிருந்த புல்வெளி பக்கம் காட்டினாள்.

அங்கே மானேஜர் பதட்டத்துடன் செல்போனில் யாரிடமோ பேசிக்-கொண்டிருந்தார்.. இவர்களை கண்ட மறுகணமே அவசரஅவசரமாக அந்த காலை கட் செய்துவிட்டு இவர்களை நோக்கி வந்தார்.

"சார்.. பாத்தாச்சா?"

"நீங்க அந்த ரூம் -அ ஓப்பன் பண்ணவே வேணாம்..அப்டியே இருக்-கட்டும் அண்ட் ஏன் இப்படி வேர்க்குது.. தொடச்சுகங்க" அனிருத்தன் குறுஞ்சிரிப்புடன் அங்கிருந்து தனது வண்டியை நோக்கி நடந்தான்.

மேகம் கூடி வானம் இருட்ட தொடங்கியிருந்தது.. வண்டியில் கதவின் கைப்பிடியை அனிருத்தன் பற்றி இழுக்க.. அங்கே ஜெயந்திரனின் குரல்.

"சார் ..எனக்கு ஒரு தியரி தோணுது சார்"

கார் கதவினை அடைத்துவிட்டு..என்ன என்பது போல் அனிருத்தன் அவனை பார்த்துக்கொண்டே கைகளை வண்டியின் மேலே வைத்துக்-கொண்டு சாய்ந்தான்.

"சார்.. அது...ஏன் இந்த மானேஜர் இப்படி ஒரு பிரைவேட் பார்ட்டிக்கு பர்மிஸ்ஸன் குடுத்துட்டு.. அவருக்கு வேண்டாத ஆள இங்க வரவச்சு மர்டர் பண்ணிருக்க கூடாது??...பாத்தீங்களா இப்பக்கூட அந்த ஆளுக்கு அவ்ளோ வேர்த்துருக்கு"

அனிருத்தனிற்கு சிரிப்பதா.. முட்டிக்கொள்வதா.. ஆமோதிப்பதா என்ன

செய்வதென்று தெரியவில்லை..

"போலீஸ் ஆகிட்டே இருக்கேல புத்தி அப்படித்தான் போகும்...வண்டிய எடு" என்று வண்டிக்குள் ஏறிக்கொண்டான்.

வண்டி மெல்ல அந்த வனம் கலந்த நகர பகுதிக்குள் பயணித்தது... கருத்திருந்த வானம்.. தூரல் சிந்த தொடங்கிருந்தது..

"இதுவரைக்கும் ஏதாச்சும் வேற ஸ்டேஷன்ல மிஸ்ஸிங் ரிப்போர்ட் வந்திருக்கான்னு பாக்க சொன்னனே பாத்தியா?"

"யெஸ் சார்..எல்லா ஸ்டேஷன்லயும் கேட்ருந்தேன்..பட் நம்ம கேஸ்க்கு ஏத்த மாதிரி எந்த கம்ப்லைன்ட்ஸூம் வரல சார்.. ஒரு மூனு கேஸ் வந்துச்சு சார்..அதோட ரிசல்ட்டும் நெகட்டிவ் சார்.."

"சார்..என் மனசுக்குள்ள ஒரு கேள்வி ஓடிட்டே இருக்கு சார்"

"எனக்கு என்ன கேள்வினு தெரியும்.. நீ ரோட்ட பாத்து வண்டிய ஓட்டு"

என சொல்லிவிட்டு அனிருத்தன்

தனது கைபேசியில் 'கீப் அர்ஜூன் இன் யுவர் ஹோம்' என்னும் செய்தியை அப்பாவிற்கு அனுப்பிவிட்டு வண்டியின் டாஷ்போர்டு மீது கைபேசியை வைத்தான்.

வானம் உடைந்தது போல மழை கொட்ட ஆரம்பித்தது..கொட்டும் அந்த மழையில் வண்டியின் அனைத்து ஜன்னல்களும் அடைக்கப்பட்டுவிட்டன.

அனிருத்தன் தன் கைகளில் இருந்த பெயர் எழுதாத அந்த புத்தகத்தை புரட்டினான்..

'சாப்டர் 1 - ஹூ இஸ் சைக்கோ?'

8
சரி என்றால் தவறில்லை

~~~

மழை இன்னும் விட்டபாடு இல்லை..கொட்டும் அந்த மழையில் தெருவில் இருந்த தெருவிளக்குகளும் மறைந்து போயின. ரோடுகளும் ஆறாய் மாறிவிட்டன..

இதேவேளையில்..சடசடவென பொழியும் அந்த மழையில் அந்த கார் E4 ஸ்டேஷனில் அனாதையாக நின்று கொண்டிருந்தது. உள்ளிருந்த அனிருத்தனும், ஜெயந்திரனும் இப்பொழுது அதற்குள் இல்லை. எங்கே சென்றனர்? என்னவாயினர்?. இவ்வாறு நாம் யோசிக்கும் பொழுது..ஸ்டேஷனிற்குள் ஒரு பழக்கப்பட்ட குரல் கேட்டது...அது ஜெயந்திரனின் குரல்..

"சார்.. டீ"

இருக்கையில் சாய்ந்திருந்த அனிருத்தன் கண்களை திறந்து அங்கே டேபிளில் வைக்குமாறு கண்களால் சைகை செய்துவிட்டு கண்களை மூடி சாய்ந்துக்கொண்டான். ஜெயந்திரன் டேபிளில் டீயை வைத்திவிட்டு டேபிளில் இருந்த அந்த புத்தகத்தை நோட்டம் விட்டான்.

"சார்..இந்த புக்க பத்தி என்ன நினைக்குறீங்க?? இது அந்த விக்டிம்

யூஸ் பண்ண புக்கா இருக்குமா?"

பதில் இல்லை.... அமைதியாக சாய்ந்திருந்தான் அனிருத்தன்.

ஜெயந்திரன் தலையை சொரிந்துக்கொண்டே அங்கிருந்து நகர..

"இந்த கொலைல நமக்கு தெரிஞ்சு கண்ணுக்கு முன்னாடி எந்த க்ளுவும் இல்ல.. ஆனா.." என்று அனிருத்தன் இழுக்க ஜெயந்திரன் அவரை நோக்கி திரும்பினான்.

"ஆனா.. நமக்கு தெரியாம ஏதோ ஒன்னு இருக்கு!!"

"அது என்ன சார்.. ?"

"தெரியல" என்று சொல்லிவிட்டு அனிருத்தன் அந்த ஜன்னலின் அருகில் சென்றான். ஜன்னலின் வழியே வெளியே விழும் தூரலை வெறித்துப் பார்த்துக் கொண்டிருந்தவன்,

"ஜெயந்திரா கிரைம் ஸீன்ல எடுத்த போட்டோஸ் எல்லாம் எடு" என்று அவனை ஏவினான்.

ஜெயந்திரன் கட்டளை கிடைத்த மறுநொடியே வேகவேகமாய் வெளியே சென்று அந்த அலமாரியில் இருந்த ஃபைல்களை எடுத்து அனிருத்தனின் கேபினிற்குள் நுழைந்தான்.

டேபிளில் கொலை நடந்த இடங்களில் எடுத்த புகைப்படங்கள் வரிசையாக அடுக்கி வைக்கப்பட்டது.

ஒவ்வொரு கொலையிலும் கொள்ளப்பட்டவர்களின் உடம்பில் துணி ஏதும் இல்லாமல் கொடூரமான முறையில் கொல்லப்பட்டிருந்தனர். புகைப்படங்களை கூர்ந்து கவனித்து கொண்டிருந்த அனிருத்தன் பதில் கிடைக்காமல் தடுமாறினான்.

"இதுல ஏதோ ஒரு க்ளூ இருக்கு ஜெயந்திரன்"

"சார்.. எனக்கெதும் தெரியலையே"

"கொலை நடந்த எடத்துல நமக்கு கிடைச்ச தடயங்கள் என்னென்ன??ஏதாச்சும் கைரேகைகள் கிடச்சுச்சா??"

"செத்து போனவங்க கைரேகையை தவிர எந்த தடையமும் கிடைக்கல சார்"

அனிருத்தன் எதுவும் புரியாமல் அமைதியாய் அந்த நாற்காலியில் அமர்ந்தான். வெளியே மழை இடி மின்னலுடன் கொட்டிக்கொண்டிருந்தது. அனிருத்தன் தன் கண்களை மூடி யோசிக்க..

"சார்.. எனக்கு ஒரு யோசனை" என்று ஜெயந்திரன் அனிருத்தனை பார்த்து சொல்ல.

அனிருத்தன் தன் கண்களை அவனை திறந்து பார்த்தான்.

"நம்மகிட்ட, இருக்குறது செத்து போனவங்களோட கை ரேகைகள் மட்டும் தான்.. நாம ஏன்... " என்று அவன் இழுக்க,

அவன் என்ன சொல்ல போகிறான் என்பதை அறிய அனிருத்தன் அவனது புருவங்களை தூக்கி அவனை பார்த்துக்கொண்டிருந்தான்.

"நாம ஏன்.. ஆதார் டிடெயில்ஸல தேட கூடாது?? அதுல அவங்களோட கை ரேகைகள் எல்லாம் பதிவாகிருக்கும்ல சார்."

அனிருத்தனுக்கு இதை கேட்டதும் புஸ்ஸென்று ஆனது.

"ஜெயந்திரன்.. சட்டம் படிச்சுறுக்கீங்களா இல்லையா?.. ஆதார் டிடெயில்ஸ் பாக்குறதுக்கு போலீசுக்கு அனுமதி இல்ல.. அது ஒரு தனி மனித சுதந்திரத்த கெடுக்குற மாதிரி இருக்கும்.. அது மட்டும் இல்லாம

நாம நினைச்சாலும் அதை பாக்க முடியாது.. ஏற்கனவே பல மாநில போலீஸ் இந்த விஷயத்துக்காக நீதிமன்றதுல போராடிட்டு இருக்காங்க.. "

"சார்.. எனக்கு தெரியும் சட்ட ரீதியா ஆதார் டிடெயில்ஸ் வாங்க முடியாது..நாம ஏன் இல்லீகளா தகவல்கள திருட கூடாது?"

" புரியல?!"

"இல்ல சார்... நாம ஏன் டிடெயில்ஸ ஹேக் பண்ண கூடாது.. ?"

"ஜெயந்திரன் நாம போலீஸ் ஞாபகம் இருக்கா?"

" சார் புரியுது.. ஆனா நமக்கு வேற எந்த வழியும் இல்லையே.. இது தான் நமக்கு கடைசி வாய்ப்பு.. நீங்க சொன்ன மாதிரி எப்படியும் எல்லாருக்கும் மெமோ வர போகுது.. பல பேருக்கு சஸ்பென்ஷன் வர போகுது... மத்தவங்க நல்லத்துக்காக நாம ஏன் இத பண்ண கூடாது?.. நாம..திருடலயே.. கொலை பண்ணவன தான தேடி போறோம்.. ?"

அனிருத்தன் குழப்பத்தின் உச்சியில் இருந்தான். செய்வதறியாது முழித்தான். தனக்குள்ளே ஒரு போராட்டம் நடந்து கொண்டிருப்பதை உணர்ந்த அனிருத்தன் போராட்டத்தை முடிக்க எண்ணினான். ஏதோ தீர்மானித்தவனாய் ஒரு முடிவுக்கு வந்து சேர்ந்தான்.

" சரி.. ஹேக் யாரு பண்ணுவா?? நமக்கு ஹேக்கிங் தெரியாதே.!"

இதை கேட்டதும் ஜெயந்திரன் ஆர்வத்துடன் வாசலில் இருந்து நடந்து அனிருத்தனின் டேபிளின் எதிரே வந்து நின்றான்.

" சார்... நம்ம டிப்பார்ட்மெண்ட்ல இருக்குற ஒரு ஆளுக்கு ஹேக்கிங் தெரியும் சார்.. போன வாரம் டேட்டாஸ் என்ட்ரி போடும் போது தாமன் கவனிச்சேன்.. அந்த ஆளு கண்டிப்பா நமக்கு ஹெல்ப் பண்ணுவாரு"

"யாரு??" அனிருத்தன் புரியாமல் வினவ

ஜெயந்திரன் டேபிளில் தன் கைகளை ஊன்றி அனிருத்தனை பார்த்து "நம்ம ஜெபராஜ் சார்" என்று பதிலளித்தான்.

9

அன்பரசன்

வாசலின் வழியே காற்றிற்கு குப்பைகள் வீட்டுக்குள் நுழைந்துகொண்டிருந்தது. ஆகையால் வீட்டின் கதவுகளை அடைத்துவிட்டு தன் அறையை நோக்கி நடந்தான் ஜெபராஜ். அவன் சில அடி தூரம் கடந்த நிலையில் கதவு தட்டப்படும் சத்தம் கேட்டது. ஜெபராஜ் மெல்ல கதவருகே நடந்து சென்றுகொண்டிருக்க, கதவு இன்னும் பலமாக தட்டப்பட்டது. கதவின் தாழ்ப்பாள் ஜெபராஜ் கைகளால் பிரிக்கப்பட்டது. கதவை அவன் திறக்க, வாசலில் அனிருத்தனும், ஜெயந்திரனும் நின்றிருந்தனர்.

"சார்... வாங்க சார்... " வாசலில் இருந்து விலகி இருவருக்கும் வழி கொடுத்து பிரிந்து நின்றான் ஜெபராஜ்.

இருவரும் காக்கி துணியில் இல்லாமல் மஃப்டியில் அவன் வீட்டுக்குள் நுழைந்தனர். வீடே அலங்கோலமாய் இருந்தது. சிறிய வீடு. இரண்டு சிறிய அறை ஒரு சமயலறை. இருவரையும் ஒரு அங்கிருந்த நாற்காலியில் அமற வைத்துவிட்டு வேகமா கிட்சனுக்குள் ஓடினான். உள்ளே சென்றவன் கையில் ஒரு பெரிய செம்பில் தண்ணீருடன் இருவரின் முன்னே வந்து நின்றான். அனிருத்தனிடம் தண்ணீரை கொடுத்துவிட்டு அவன் குடித்துமுடிக்கும் வரை காத்திருந்தான்.

"சார்.. நான் ஸ்டேஷனுக்கு தான் கௌம்பிட்டு இருந்தேன்.. என்னனு சொல்லிருந்தா நான் முன்னாடியே வந்திருப்பேனே.. " என்று ஜெபராஜ்

அனிருத்தினை நோக்கி கேட்டான்.

"இல்ல ஜெபராஜ் இது கொஞ்சம் அன் அபிசியல். அதான்... உங்க மிஸ்ஸஸ் இல்லையா??"

"இல்ல.. சார்.. அவங்க அம்மா வீட்டுக்கு போயிருக்காங்க.. "

"ஓ.. சரி ஜெபராஜ்... நான் வந்த விஷயத்துக்கு வரேன்... நீங்க உட்-காருங்க.." என்று அங்கிருந்த இன்னொரு நாற்காலியை காட்டினான் அனிருத்தன்.

"பரவால்ல சார்.. "

"அட உட்காருங்க ஜெபராஜ்" என்று அவரை அழைத்து அமறவைத்-தான் அனிருத்தன். ஜெபராஜ் அவன் எதிரே அங்கே அமர்ந்தான்.

"சரி.. ஜெபராஜ்.. நான் விஷயத்துக்கு வரேன்.. எங்களுக்கு உங்களால ஒரு உதகி ஆகனும் "

"சார்... என்னனு சொல்லுங்க.. இப்படி உதவினுலாம் பெருசா பேசா-தீங்க...ஆர்டர் பண்ணுங்க.."

சிறிதாய் புன்னகைத்து விட்டு அனிருத்தன் பேச தொடங்கினான்.

"அது.. ஜெபராஜ்.. உங்களுக்கு தெரியும்.. ஒரு கேஸ் ரொம்ப நாளா இழுத்துட்டு இருக்கு.. இந்த கேஸ்ல க்ளூ எதுவுமே கிடைக்கல.. சோ.. நீங்க.. எங்களுக்கு ஒரு ஹெல்ப் பண்னனும்.. விக்டிம்ஸோடா பிங்கர் பிரிண்ட நீங்க எங்களுக்கு ட்ராக் பண்ணி தரணும்.. "

"சார்.. அவங்க பிங்கர் பிரிண்ட வச்சு எங்க சார் ட்ராக் பண்றது??"

"ஆதார் டேட்டா பேஸ்"

"சார்.. ஆதார் டேட்டா பேஸ நான் என்ன சார் பண்ண முடியும்??"

"நீங்க.. தான் ஹேக் பண்ணி தரணும்"

இதைக்கேட்டு ஜெபராஜ் சற்று அதிர்ந்து போனான்.

"சார்.. எனக்கு ஹேக்கிங்லா தெரியாது சார்."

"ஜெபராஜ் உங்க ப்ரொபைல் பாத்தேன்" என்று அனிருத்தன் தயக்கத்துடன் சிரித்தான்.

"சார்.. ஆனா... அவ்ளோ பண்ண தெரியாது சார் எனக்கு.. " கொஞ்சம் மலுப்பலாய் சமாளித்தான் ஜெபராஜ்.

"உங்கள பத்தி விசாரிச்சுட்டேன்.. அதுனால தான் உங்ககிட்ட இந்த ஹெல்ப் கேட்டு வந்து நிக்குறேன். நீங்க தான் இதுல ஹெல்ப் பண்ணனும். எனக்கு ஏன் இவ்ளோ திறமை உள்ள நீங்க.. போலீஸ் டிப்பார்ட்மெண்ட்ல ஒரு கான்ஸ்டபிளா இருக்கீங்கன்னு தெரியாது. ஆனா.. இதுல நீங்க ஹெல்ப் பண்ணா ரொம்ப யூஸ்புல்ளா இருக்கும்" என்று முடித்தான் அனிருத்தன்.

அமைதியாய் அமர்ந்திருந்தான் ஜெபராஜ். வீடெங்கும் மௌனம் மட்டுமே குடிக்கொண்டிருந்தது.

"சார்.. எங்கப்பாக்கு.. என்ன போலீஸ் ஆக்கி பாக்கணும்னு ரொம்ப நாள் ஆசை.. அவரோட கடைசி ஆசைக்காக தான் நான் போலீஸ் ஆகிருக்கேன்.. ஆனா எனக்கு புடிச்சது என்னவோ ஹேக்கிங் தான்.. நான் ரொம்ப பேச விரும்பல சார்.. ஆதார் ஹேக் பண்றது சட்டப்படி தப்பு.. ஆனா.. உங்களுக்காக நான் பண்ணித்தறேன் சார்.." என்று ஜெபராஜ் அங்கிருந்து எழுந்து நடந்தான்.

"உள்ள போய் ஹேக் பண்ண போறீங்களா??" ஜெயந்திரன் ஆவலோடு அவனை நோக்கி கேட்டான்.

"அவ்ளோ பெரிய ஆதார் டீடெயில்ஸ இங்க இருந்து ஹேக் பண்ண- முடியாது.. போலாம்" என்று அவன் வாசல் நோக்கி நடந்து பைக்கை எடுத்து புறப்படும்முன் தன்னை பின் தொடருமாறு சைகை செய்தான்.

சில மணி நேர பயணத்தின் பிறகு, வண்டி ஆரவம் இல்லாத ஒரு தோட்டத்திற்குள் சென்றது. அங்கே ஒரு சிறிய மோட்டார் ரூமிற்குள் மூவரும் நுழைந்தனர். மோட்டார் ரூமின் அடித்தளத்திற்கு சென்று ஜெப- ராஜ் ஸ்விட்சை அழுத்த,

விளக்குகள் வரிசையாய் எரியத்தொடங்கின.பல கணினிகள் வரிசையாய் அடிக்கி வைக்கப்பட்டிருந்தன. கணினியில் அமர்ந்தவன் ஜெயந்திரனிடம் இருந்து கைரேகைகளை வங்கினான். சில பல நிமிடங்கள் அந்த கணி- னியின் திரையை பார்த்தவாறே மூவருக்கும் கழிந்தன. இறுதியில்..

"சார்..பதிமூனு விக்டிம்ஸோட ஆதார் டீடெயில்ஸ்.. அதாவது.. அட்ரஸ் ப்ரூப்ஸ்... " திரையில் தெரிந்த படங்களை விளக்கிக் கொண்டிருந்தான் ஜெபராஜ்.

" என்ன பொசுக்குன்னு முடிச்சுடீங்க??.. இவ்ளோ தான் ஹேக்கிங்கா??" ஜெயந்திரன் குழப்பத்துடன் ஜெபராஜை பார்த்து கேட்டான்.

"ஜெயந்திரன்.. நீங்க எதிர்பாக்குற பரபரப்பு என் மூளைக்குள்ள ஓடிட்டு இருக்கும்.. ஆனா என்ஜாய் பண்ணி பண்ணா ஈசி தான் எதுவும்" என்று ப்ரின்டரில் வந்த காகிதத்தை எடுத்து அனிருத்தனிடம் நீட்டினான் ஜெப- ராஜ்.

காகிதத்தில் முதல் பெயர் 'அன்பரசன்' என்று எழுதியிருந்தது.

தொடரும்..

www.ingramcontent.com/pod-product-compliance
Lightning Source LLC
LaVergne TN
LVHW041556070526
838199LV00046B/2007
* 9 7 9 8 8 8 7 0 4 5 1 4 6 *